BÌA VÀ MINH HỌA:
THÚY HƯƠNG

Bình minh nở một nụ hồng
Bút nghiêng phiêu lãng ánh vàng ban mai.

## MƯA

Mưa trải nhẹ trên phố một màu sương
Rải đều trên lá những giọt tròn long lanh
Trời Canarias bây giờ sao giống Việt nam?
Hay là trăng dệt tơ vương
Kéo nhầm sợi chỉ rối lòng thi nhân?
Trời làm thơ thả lời theo gió
Cho ta tìm về ký ức những dòng sông.

## VỌNG CHIỀU

chiều lộng lẫy màu hoàng hôn
hương thơm xanh ngát dịu hồn thi nhân
trên trời mây tím tần ngần
ngắm trăng xem thử mấy tầng trăng qua

hỏi sông núi kiếp đào hoa
tơ vương bụi phấn hồng hoa má đào
ân tình ảo ảnh chiêm bao
đời như sương khói mộng mơ đắm chìm

ta say trong mộng hương tình
mai vàng ngào ngạt tỏa hình trong trăng
sen hồng nhuộm tím trời xanh
đời ta phiêu lãng như mây gió ngàn

ta yêu một kiếp vô vàn
mùa xuân chim hót mùa hè xôn xao
mùa thu lãng mạn hoa vàng
mùa đông bàng bạc nhớ nàng tình nhân.

**MƯA**

Đi về đâu
hỡi mùa đông?
bạt ngàn theo gió
phấp phới nắng vàng
óng ánh tơ vàng
cùng mưa lang thang.

**SƯƠNG**

Sương sa vạn sắc màu
ánh hồng vàng xanh đỏ tím
bồng bềnh phiêu lãng mơ màng
Những hạt sương cứ mãi đi lên.

**ĐÊM**

Đêm nghe gió tự tình
Lời tình tự của những dòng sông yên tĩnh
Trăng sáng tỏa rực một trời sen
Hoa trong gió gió trong hoa
Mùa xuân chưa đến nhưng tôi thấy người.

## HƯ ẢO

Màu của mặt trời sao giống ánh bạc của kim cương?
một buổi chiều như là chiều nay
giấc mơ đã không là thực
ta đã đi lạc qua một ngưỡng cửa xanh
nơi mà ta đã dạo chơi trong cái không cùng.

## VIỄN CẢNH

Hoa vàng lá rụng ru chiều.
Lạc loài dấu chân xưa hồn về đâu?
Thu mùa mưa ngâu sang xuân.
Xuân đã qua rồi vấn lòng hạ vương.
Đường về cố quốc không xa.
Núi đồi vang vọng oai hùng thánh ca.
Mang màu mắt biếc sao xanh.
Cõi trời mở rộng ta vào cơn mơ.

**LOVE STORY**

Ai khóc trên đường vắng
Cho lòng ta xanh xao
Mưa rơi mưa rơi mãi lá vàng phôi pha
Trời cứ ngỡ như chiêm bao
Một giấc mơ thiên tình cổ triều đại
1000 năm.

## THÀNH PHỐ BUỒN

Trên những con đường mòn mỏi những nơi ta đã đi qua
Thành phố buồn dấu xưa phai màu lá
Lâu đài thành quách vạn năm sừng sững điêu linh
Trong bóng đêm dưới sương mờ ta lang thang rảo bước
Dấu chân địa đàng vườn ngự uyển chờ mong
Ôi! năm tháng như mây bay bay tít tận chân trời mù khơi
Hồn đi đâu về đâu dấu lệ hóa sương mù
Ta rót sao vàng rơi dưới ánh trăng để hát
Lời ru tiễn biệt đợi chờ mùa xuân về bên ta
Ôi! mùa đông - mùa đông cứ đi qua mãi bên đời
Thành phố buồn thành phố điêu tàn có ai hay?

**NHỮNG DÒNG SÔNG XANH NGÀY XƯA**

Nước mắt rơi cho thời gian ngưng đọng
Bốn mùa khô héo cứ trôi qua mãi vắng bóng những cơn mưa
Giê ru sa lem nỗi buồn ta mang nặng trên đôi vai
Về đây đi mùa đông của ta, những dòng sông xanh ngày xưa
Từ trên những đỉnh núi mùa đông ta vẫn mong chờ
Những dòng sông xanh ngày xưa.

## NHỮNG NGÔI SAO

Bầu trời xanh thẫm một màu ngọc bích
Trăng lạnh chơ vơ chuyển nụ cười
Chạnh lòng thi nhân ướt đẫm lệ ngàn
Đêm nay ta nhớ qúa những bầu trời sao
ở Việt nam
Tỏa khắp không gian sáng một vùng
Santa Cruz thành phố diễm lệ điêu tàn
không có sao
Hay những dòng sông xanh đã chở
những ngôi sao sáng đi mãi không về?
Biền biệt mây trôi gió bạt mưa ngàn
Trên những bến đò, giữa những dòng
sông khô cạn ta vẫn đợi vẫn chờ.

**RỪNG HOA XƯA VẪN BẠT NGÀN**

Có một ngày ta đã lạc vào tiền kiếp
Trong một giấc mơ ngàn thu
Ta thấy những lâu đài thành quách
Ảo mộng của một mùa phục hưng
Từ bao niên kỷ xa vời
Hoàng hôn đổ xuống mộng tràn
Sương rơi rơi trên những đóa vàng
Ngạt ngào tỏa ngát bay xa
Ngày của mùa xuân
Đêm của mùa đông
Tháng năm có còn quay trở lại?
Để viếng người xưa một cõi chiều.

**MƯA**

Bên khung cửa sổ

Nhuốm màu mây bay

Một làn sương khói

Mưa rơi chiều nay

Lách tách tiếng lòng

Bên bờ vực thẳm

Vọng đầy mùa đông.

## LẠNH

Đã mấy hôm rồi đông giá buốt
Áo choàng che kín cả thân gầy
Mưa lạnh gieo sương màu lướt mướt
Say men hương trắng toát lưu ly
Say trong mê lượn sóng ưu huyền
Đêm chiêm bao thấy mặt trời tỉnh thức.

## MỘNG XUÂN

Đã có một mùa xuân năm ấy
Hoa vàng nở rộ ánh bình minh
Chị ghẹo em thơ đến mọi nhà
Thưa bà con chúc bà tuổi thọ
Thưa ông tài lộc hóa thanh xuân

Mùa xuân năm ấy đã qua rồi
Cánh cò bay mãi vắng tri âm
Âm vang một thuở thời gian trắng
Vọng ánh dư âm tiễn một người

Người đi đi mãi xa vời vợi
Lời lả ong bướm vờn theo gió
Nói với mùa xuân mộng anh đào
Xuân mới bao giờ mang tết tới?
Cho ta tỉnh mộng nhớ xưa người.

**VUI XUÂN**

Mùa xuân ong bướm đưa hoa
Nhành mai nắng hạ xa hoa ánh vàng
Mùa xuân có nắng đi vào
Có hương xanh ngát trái hồng ươm mơ
Mùa xuân em bước lên thơ
Vơ tay hái mộng tơ trời vương mây
Mùa xuân góp gió qua đây
Chào ta một chuyến chia tay đông này.

**SAY TRĂNG**

Đường lên quốc lộ xa xa
Lang thang một chuyến xa nhà dạo chơi
Đường lên dãy núi chơi vơi
Đêm khuya thanh vắng đợi chờ bóng trăng

Ô hay trăng đã lên rồi
Lướt qua mây trắng thả rơi nắng vàng
Tầm xuân hoa lá soi ngàn
Chen chen chúc chúc ánh vàng hào hoa

Trăng mộng mị đêm kiêu sa
Hương hoa xanh ngát ánh ngà siêu nhân
Này đây một nửa bước chân
Nửa kia còn lại ân cần ngắm trăng

Trăng ưu huyền say vấn vương
Say men ngọc bích say ngàn sao xanh
Đêm nay trăng sáng vô ngần
Đêm cao siêu qúa hóa hồn thi nhân.

**CHIỀU**

Chiều buông lơi ánh lên màu ngọc tím
Gió rì rào ngắm áo ảnh đi qua
Chiều tha thướt vẽ nên màu lả lướt
Chút tơ tình chạm nét bút tài hoa

Bút nghiêng dòng chạy trong màu mực tím
Viết bài thơ ta nhớ lá sân trường
Nhớ con đường hoa phượng đỏ yêu ơi
Màu đỏ thắm tắm lên chiều xanh lắm

Chiều lang thang qua mấy đỉnh hoa vàng
Vườn ươm lá nắng khoe màu cỏ úa
Ta rảo bước lên làn mây vỗ cánh
Gót chân trần phiêu lãng gọi thời gian

Thời gian ơi sao người không trở lại
Cho ta về nối lại dòng sông xưa
Những dòng sông cứ quay về biển cả
Ta còn đây lữ khách ở quê người.

## BIỂN SÁNG

Bình minh ló dạng sau đồi

Thông reo trong gió bồi hồi tiếng xuân

Mượt mà hoa tím bâng khuâng

Sương mai còn đọng mấy vần thơ xanh


Mây trôi lờ lững thanh thanh

Vòng cung Iris hồng xanh phớt vàng

Mặt trời lướt nhẹ qua làng

Biển xanh gợn sóng óng vàng tơ mây


Có em thiếu nữ thơ ngây

Bi kini hai lớp hây hây má đào

Trẻ em người lớn lao xao

Tíu ta tíu tít cười vui nói đùa

Có em xõa tóc điệu đà

Có anh phơi nắng vỡ vàm bờ vai

Sóng reo tiếng hát trùng lai

Ngoài khơi ta tắm quanh ta cá vờn.

## SUỐI MƠ

Sáng nay mây trắng phau phau
Mặt trời lướt nhẹ đằng sau suối vàng
Nước non xanh ngát ươm ngàn
Bông hoa trắng nhỏ bên riền núi xanh

Mùa xuân mang sắc hương tranh
Vẽ lên dãy núi màu xanh tím ngà
Nước trong như ngọc như ngà
Tưới vào vách núi vững vàng như thơ

Lời thơ ta viết như mơ
lững lờ trong gió bay qua chín tầng
Du dương điệu nhạc ươm vần
Róc ra róc rách suối nguồn trong veo

Núi canh đỉnh chóp ta leo
Vui chơi bốn bể biển xanh là nhà
Trời cao xanh thẳm nuột nà
Suối mơ ta ngắm Bà Nà đẹp xinh

Sông sa một dãi lung linh
Hào quang chói lọi bình minh chói lòa
Mơ ta về cõi ngọc ngà

Khắc lên phiến đá hình ta phiêu bồng.

**THƠ VÀ TA**

Nếu em là một bông hoa
Ta sẽ là những giọt sương mai
Đọng vào tóc em chảy mượt

Nếu em là ngọn cỏ
Ta sẽ là dòng suối ngọt
Chảy qua vườn địa đàng nối với biển xanh

Nếu em là mây xanh
Ta sẽ là bình minh sưởi ấm sương mù
Cho em lơ lửng trên đồi suối mơ

Nếu em là hương thơm
Ta sẽ là loài ong hút mật
Thả phấn vàng trên những bông hoa

Nếu em là ban mai
Ta sẽ là mặt trời
Hừng đông tỏa sáng cho đời em vui

Nếu em là một nàng thơ
Ta sẽ là thi sĩ phong trần
Đêm đêm lượn bút qua vầng trăng xanh.

## TIẾNG XUÂN

Trời xanh mây trắng trong veo

Đàn chim vẫy cánh mang theo ánh ngà

Bình minh rọi sáng canh gà

Thức người chưa dậy trở mình trong chăn


Bên bờ suối nước lăn tăn

Nước trong như sóng biển mai sáng ngời

Nơi đây cõi mộng không lời

Âm thanh im ắng gọi đời lãng du


Lời thơ theo gió vi vu

Hòa theo tiếng sóng đong đưa cánh buồm

Có em gánh nước bên vườn

Tưới cho cây cối xanh rờn tiếng xuân

**TRƯỚC TẾT**

Tất niên bạn cũ xa gần đến

Chè chén no say mới gọi là

Năm cũ qua rồi thôi cũng thế

Đón chào năm mới với xuân vui


Xuân đến rồi đây khắp mọi nhà

Bà con cô bác kéo nhau đi

Tất niên hàng xóm no say qúa

Trả lại cho năm một món hời


Giờ đây hoa trái đã ươm bông

Anh đào nở rộ vàng sân trắng

Nhạc khúc kara oke khắp mọi nhà

Gọi khách đường xa Tết đến rồi

**ĐÊM**

Đêm nay trăng sáng tỏa hương ngời

Biển xanh thăm thẳm in hình bóng trăng

Sóng sao rạo rực trắng phiêu bồng

Vĩ nhân mượn gió bút rồng gieo hoa.

**TIỄN XUÂN**

Trăng lên đỉnh núi sau đồi

Hoa mai nở cánh bồi hồi đón xuân

Xuân sang tết đến phân vân

Là ai nhớ mẹ bâng khuâng tím lòng

Vườn thơm trút lá ươm vàng

Hồng hoa ướt đẫm quanh sân ngấn sầu

Sương buồn đọng lướt qua đầu

Phiêu diêu cõi mộng xa vần thơ xưa

Ngày xưa tết đến vui nhiều

Nhưng nay chỉ thấy tuổi chiều xuân qua

Bình minh một cõi mình ta

Cô đơn ẩn náu vui thay kiếp người

Là ta chỉ có một mình

Bỏ quên tổ quốc bóng hình đằng sau

Thế gian nợ kiếp trùng lai

Ra đi không hẹn ngày sau trở về.

**BÃI BỤT**

nắng vàng phấp phới tung bay
anh ngồi câu cá lung lay cái cần

câu chiều khoe sắc thắm màu
áo xanh một dãi cá luồn qua đây

má anh rực đỏ hây hây
có cô chống nắng cho anh kéo cần

biển xanh như thể ân cần
khách xa ghé lại tần ngần không đi

thời gian vụt chốc thoáng mi
đá xưa ghi khắc hình thi nhân tình.

## LỜI RU BUỒN

Anh hát cho em nghe khúc nhạc buồn
Lời ru quê mẹ ánh chiều xưa
Mùa đông năm cũ em đã xa rời
Hoàng hôn buông xuống mộng mi tràn
Em theo chim nhạn về nơi ấy
Dệt áo tương tư xoãi cánh buồm

**VƯỜN MƠ ƯƠM HOA**

Rừng xanh hoa lá bạt ngàn
Vườn thơm em hái nhánh vàng trên cây

Suối trong như ánh ngà mây
đong đưa mấy dãi bông lau tím ngần

Gió lay hoa trắng ươm vần
Bài thơ ta viết trên tầng mây bay

Lời ca chan chứa hương say
Hình em như đóa hoa mai bốn mùa

Lãng du một chút ân tình
Phiêu diêu cõi mộng siêu hình lửng lơ

Thời gian tựa cánh chim câu
Thoáng qua một chút cái vèo thoi đưa

Đời như là một giấc mơ
Cho ta thắp lửa kiếm người thiên thu.

Tặng Chúa Giê su.

**BÌNH MINH**

Buổi sáng thức dậy thấy mặt trời

Bên kia đỉnh núi quanh sương mờ

Sắc vàng nhuộm nắng hồng phớt ánh

Rạng ngời chói sáng ánh hào quang


Mây nước lững lờ khoe sắc thắm

Núi xanh một dãi khắc hình in

Biển êm sóng vỗ nhẹ bên bờ

Bông hoa qúa trắng hóa cát vàng


Một dòng sông xưa đã đi qua

Thành phố tráng lệ cổ xưa hoài

Mộng cũ trở về trong thức tỉnh

Mặt trời chiếu rọi ánh bình minh.

**VỌNG LỜI**

lời nào cho ta say

mộng nào cho đêm nay

khi thời gian tan vỡ

ánh ngà tan trong men

có con cò cánh trắng

duỗi theo dọc bến bờ

cò bay mãi không về

để lại nỗi chờ mong

từng lời ca vang vọng

hòa trong gió dư âm

bốn mùa thay nhau nở

mộng mùa xuân qua mau.

**MƯA**

Đã mấy hôm rồi Santa Cruz rất buồn
Những giọt mưa tí tách mãi bên hiên
Chiều mùa xuân sao ảm đảm thê lương?
Trời có buồn không sao người lại khóc?

Chiều viễn xứ lưu vong nơi xứ người
Hồn hiu quạnh gởi về chốn quê xưa
Niềm mong nhớ phai theo màu áo trắng
Bút nghiêng hình in dấu vọng thời gian

Mưa cứ rơi mãi lá vàng phôi pha
Mưa trên đường vắng xuyên qua mái nhà
Mưa buồn như lệ hát ru ngàn hàng
Mưa ơi buồn ơi dấu tình mong manh.

# KỶ NIỆM XƯA

Về đây đi em quê hương yêu dấu gọi mời
Tháp Bà nà, Hội an, cửa Đại tới Mỹ sơn
Trà kiệu, Ngũ hành sơn, Tam kỳ đều có cả
Ở đâu cũng có bóng hình hương xưa


Một dòng sông cũ nối dòng sông xưa
Những kí ức cứ tuôn về qua bao niên kỷ
Ta sẽ về đây để tắm trong cô đơn biển cả
Sóng xô về dãi cát những ngày thơ.

**ĐÊM HUYỀN HOẶC**

Một chút bình minh đến với lòng
Tỏa ngời hương sắc đến muôn nơi
Hoàng hôn không đến bên bờ mắt
Mặt trời ló dạng ở nơi đâu?

Khi ánh trăng tà đã khuất núi
Đêm về thi sĩ gọi thi nhân
Ánh sáng bao trùm đêm huyền hoặc
Đêm cơ đơn qúa những vì sao

Ánh sao sáng qúa lung linh qúa
Một dãi trăng vàng mộng dưới hoa
Bên bờ sông trắng cánh cò bay
Dệt nắng tơ trời mây bay bay.

**MỘT MÌNH THÔI**

Buổi sáng thức dậy ngắm bình minh

Phố vắng âm vang những tiếng còi

Gió lạnh luồn qua khe cửa sổ

Ngắm nhìn thi sĩ viết bài thơ

Mây trôi lờ lững xanh xanh qúa

Trời trong như ngọc ánh như ngà

Trăng lặn về đâu sao không thấy

Những ánh sao đêm cũng hẹn hò

Một chút bâng quơ chạnh hỏi lòng

Có gì như rượu chứa men say

Tình có như không không như có

Ái ân một thuở chóng phai tàn

Thôi ta hãy rời xa cõi mộng

Về trong thực tại với cô đơn

Dưới ánh trăng vàng say với cỏ

Một mình phiêu bạt khắp nơi nơi.

## QUÊN

Sáng nay thức dậy vẽ tranh
Bỏ quên chiêm ngưỡng bình minh dỗi hờn

Bút thần vẽ ảnh quên thơ
Nàng thơ có tội có tình gì đâu?

Chiều say một chút chiều tà
Nhớ thơ ta viết mấy dòng ngân nga

Gió theo tiếng hát lời ca
Tình ta như thể đá vàng không phai.

**BẠN CŨ**

Rừng thẳm sâu xa vùng trời kỉ niệm

Những năm qua bạn cũ ở phương nào?

Ngày cách biệt không nói lời từ giã

Thành phố chiều gợi nhớ tiếng hương xưa

Buồn như mưa đông từng giọt rơi rơi

Biển lặng sóng đưa ta vào dĩ vãng

Khúc nhạc buồn man mác vọng trong tim

## HƯƠNG TÌNH YÊU

Em vẽ hoa trên đất
Những nhánh bông hé nở
Nụ hồng tỏa ngát hương

Cỏ non xanh ngập lối
Gió lùa trong sương sớm
Đường chân trời xa xa

Viết bài thơ năm chữ
Tạc trên phiến đá vàng
Khắc tình vào phôi pha.

## THƠ THÚY HƯƠNG

bay bay trong chiều say
lời thơ do Hương viết
lả lơi như cánh hồng

mong manh như sương trời
óng ánh trong nắng vàng
lung linh dưới ngàn sao

tự do như cánh nhạn
lơ lửng trên chín tầng
lướt qua ngàn biên giới.

rộng thênh thang cánh đồng
mêng mang như biển lớn
vượt qua những dòng sông

tìm về với muôn kiếp
những lâu đài cổ xưa
đá rêu phong phủ mờ

thành quách mấy ngàn năm
những niên kỷ xa vời
dấu tình xưa không phai.

www.ingramcontent.com/pod-product-compliance
Lightning Source LLC
LaVergne TN
LVHW050138080526
838202LV00061B/6525